Yugto Kawala Sa Siphayo

Mga piyesang inukit ng panahon

Bookandbear

Ukiyoto Publishing

All global publishing rights are held by

Ukiyoto Publishing

Published in 2023

Content Copyright © Bookandbear

ISBN 9789357873956

All rights reserved.
No part of this publication may be reproduced, transmitted, or stored in a retrieval system, in any form by any means, electronic, mechanical, photocopying, recording or otherwise, without the prior permission of the publisher.

The moral rights of the author have been asserted.

This is a work of fiction. Names, characters, businesses, places, events, locales, and incidents are either the products of the author's imagination or used in a fictitious manner. Any resemblance to actual persons, living or dead, or actual events is purely coincidental.

This book is sold subject to the condition that it shall not by way of trade or otherwise, be lent, resold, hired out or otherwise circulated, without the publisher's prior consent, in any form of binding or cover other than that in which it is published.

www.ukiyoto.com

Dedication

Sa pagsusulat ko ng aking ika-tatlong antolohiya ng mga tula, nais kong magpasalamat sa lahat ng mga taong sumusuporta sa akin. Sa aking pamilya, mga kaibigan at mga mambabasa. Nagpapasalamat din ako sa mga patuloy na tumatangkilik ng aking mga unang inilimbag na aklat, ang "Bleeding But Beating", at "Afterglow" na aking mga antolohiya na nakasulat sa ingles, at ang "Magkasintahan 2.0 Volume II" kung saan naman napabilang ang isa sa aking mga tula.

Nais ko ring magbigay ng aking pasasalamat sa Ukiyoto Publishing sa panibagong oportunidad at pagkakataon na ipinagkaloob sa akin upang maipahayag ang nilalaman ng aking damdamin sa mga taong nangangailangan ng mga piyesang gaya nito.

Maraming salamat sa pagmamahal, sa pagbabasa, pakikinig at pagsasabuhay.

Contents

"Yugto"	1
"Sadlak"	2
"Panibago"	3
"Rehas Ng Isipan"	4
"Hindi Na Magkukubli"	5
"Para Sa Pangarap"	6
"Marilag"	7
"Unos"	8
"Sikap"	9
"Hiram"	10
"Pundasyon"	11
"Madaya"	12
"Umpisa"	13
"Sana'y Pumanig"	14
"Bitaw"	15
"Paglisan Sa Dilim"	17
"Sa Iyong Piling"	18
"Bakas Ng Katotohanan"	19
"Hindi Na"	20
"Sa Hindi Mo Na Mababalikan"	21
"Sa Aking Pahina"	22
"Pilit"	23
"Ang Kahulugan"	24
"Sa'yo Mababakas"	25

"Salamin At Luha"	26
"Sa Pag-Mulat"	27
"Naglahong Salita"	28
"Walang Babalikan"	29
"Lumisan, Noong Iniwan"	30
"Kuwit"	31
"Pagbabalik"	32
"Narito"	33
"Kabiguan"	34
"Presensya"	35
"Kawangis"	36
"Atras"	37
"Pahina"	38
"Badya At Ala-Ala"	39
"Sa'yong Mga Labi"	40
"Huwag Tayo"	41
"Hindi Ka Kawalan"	42
"Pag-Lisan"	43
"Sabay Sa Iyong Pag-Bitaw"	45
"Ang Pag-Limot"	46
"Tangay Ang Puso"	47
"Silong"	48
"Siguro, Sigurado"	49
"Pahapyaw"	51
"Darating Din"	52
"Pluma At Pahina Ng Nag-Salba"	53

"Bulabog"	54
"Pag-Dating"	55
"Hindi Na"	56
"Pag-Sugal"	57
"Labing-Pito"	58
"Busilak"	59
"Makakaya"	60
"Tagu-Taguan"	61
"Multo"	62
"Simula"	63
"Pagpapanggap"	64
"Pag-Tapon"	65
"Pag-Bura"	66
"Narito"	67
"Lalim"	68
"Liham"	69
"Ugong"	70
"Patawad"	71
"Yanig"	72
"Maari Ba?"	73
"Nagbago"	74
"Sa Panulat"	75
"Tapang"	76
"Hindi Ako"	77
"Pabalik"	78
"Bakas"	79

"Kundiman"	80
"Gunita"	81
"Bughaw"	82
"Kinaiya"	83
"Pagpapatuloy"	84
"Silakbo"	85
"Kumusta?"	86
"Labis"	87
"Buklat"	88
"Sa Dati"	89
"Sa Nakatakda"	90
"Ang Naiwan"	91
"Bakit Ikaw"	92
"Ikot"	93
"Upos"	94
"Kabilang Dako"	95
"Mahalaga"	96
"Musmos"	97
"Ang Bunga"	98
"Sasapat"	99
"Isa Pa?"	100
"Buhos"	101
"Palayo Sa Akin"	102
"Kawala Sa Siphayo"	103
About the Author	*104*

"Yugto"

Hindi ka nag-iisa, sa laban na akala'y napag-iwanan na
Ito ang simula, ng pagtanaw, ng pagtitiwala
Sa mga bisig mong kasing tibay ng pusong inalila
Tumindig ka't nagsilbing paalala
Ikaw ay kanlungan, ang dulo, ang ala-ala

"Sadlak"

Mapaglaro nga ang mundo
masadlak ka ma'y dudurugin ka pa nito.
naanod na nga ba ang karapatan?
itong katiting na pag-asa ng sino man, tayo ay lalaban

Sa rurok ng buhay o kung saan man mahimlay,
tiyak minsang naipagdamot ang tamis, ano mang husay.
Saan nga ba hahanapin? Saan maaangkin?
pagkakapantay na naikubling tanging pribilehiyo ang susi

Ang puso'y pikit matang dapat magsilbi,
kasabay ng saradong mga labi
at ang gawa ay tuluyang mawawari.

"Panibago"

Paulit- ulit ang mga nagdaang araw
handang makinig at hindi lumiban,
ngunit nauwi sa pagmamasid ng paligid
saysay ng pagiging mag-aaral, ay hindi na mawari

Kinabukasa'y lumabo na lamang, dapat na bang isantabi?
nais ko rin namang makatapos,
ngunit ako ay pilit iginagapos
mula sa tanikalang handa kong ang sarili ay iraos

Mithiin ko'y maaabot pa ba, patunay ang kuwaderno't pluma
ngunit alab ng aking puso'y nauubos na
saksi ang katahimikan ng gabi sa mga pangarap,
na hindi na lamang hanggang salita ng labi

At sa aking muling pagharap sa umaga,
dala ko ang pag-asa na hindi na maikukubli

"Rehas Ng Isipan"

Pilit kong tinalikuran, hindi nagtiis at pinakinggan
nakulong na nga ba? ang dating ako na hindi na maisalba
ang ingay ng paligid, nakakarindi
kahit katahimikan ang aking tanging kakampi

Ang pagtangis ay hindi pinaniniwalaan,
dinurog sa sukdulan at ang pag baliwala ay walang katapusan
hindi ito gawa gawa, tulad ng mga nagsabi,
nagdikta't hindi natinag ang huni

Isa akong biktima ng isipang nagsusumigaw
umaasang hindi maging anino lamang at makapukaw
ang nagmistulang rehas sa harap ng aking mata
kahit malaya ang pagkilos, mundo ko'y nawasak na

"Hindi Na Magkukubli"

Mga talulot ng rosas ay nagkalat,
saksi ang bahaghari't ulap
ang malamyos na tinig ng aking puso'y kumawala,
ang pagtangis noo'y wala na ngang bisa

Tila isang dapit hapong pinuno ng obra,
mula sa iginuhit na mga mata
matitingkad na kulay ay nagbunga,
mga talang direksyon ay sa akin papunta

Pakpak ko'y tuluyang ikukumpas,
liparin ang kalangitan nang may ningas
tunay na kaligayaha'y nagawang ipinta,
walang pagkukubli o duda

"Para Sa Pangarap"

Mayroong boses na patuloy sa pagbulong,
ang pag-asa na itinanim sa aking puso, ay patuloy sa pag-ugong
hindi padadaig sa inakalang guhit ng kapalaran,
ang pagsuko ma'y sumagi sa isipan

Sa paghakbang ko'y anong mararating?
ng sadlak na paa at tila ba nalimot na ng hangin

Ang lugar ko'y patuloy na hahanapin,
ilang beses mang hamakin ng mapaglarong kahirapan,
malinaw man na ang pag-ahoy walang kasiguraduhan
o hanggang dito na lamang?

"Marilag"

Ang katamtaman mong taas,
kalmadong ngiti
at hindi perpektong labi,
kutis man ay mapusyaw o kayumanggi

Ang iyong natatanging hulma
ay isang perpektong pagguhit,
bawat kumpas ng mga kamay,
isang obrang hindi mawawaglit

Malakas kang tumindig,
pagmasdan ang salamin ng pusong ika'y iniibig
nasa iyong sarili ang tunay na tahanan
ang marilag, at ang patuloy na lumalaban

"Unos"

Kailan nga ba matatapos ang siklo ng unos,
ang pagtitiis upang makaraos
nabaon na ngang tuluyan at ngayo'y
ang kinabukasa'y walang kasiguraduhan

Nabalot sa dilim ng silid, sa kakarampot na espasyo,
kinasadlakang pilit, nais ko nang bumalik,
ang dating may kalayaan at may pinanghahawakan,
ngayo'y distansya na ang kasagutan

Ang pagbawi ng buhay,
ang takot sa pusong ito'y hindi na malunasan
nawa'y maibalik na ang minsan,
sa takbo ng oras na bilang.

"Sikap"

Mga puyat na mata, pagod na diwa
na tanging paghigop ng mainit na kape
ang nagpapagising,
lalaban para sa mithiin

Igagapang ang bawat inaasam,
maging patas man,
o hindi ang mundong kinabibilangan

Nakakabilib na determinasyon,
ngiti ang tanging tugon
iyong tandaan, ito'y magmamarka
sa bawat hinaharap na hakbang

Ito ang aking sandigan,
ang paglinang,
ang natatanging kaalaman
kaakibat ng kaunti pang tapang

"Hiram"

Sa gabi nakukubli, mga dalang pangamba at banta
ng kalikasang singrikit ng maamong tinig,
mga huni ng ibong hindi na marinig,
linaw ng tubig na nawaglit na sa aking bisig

Ang hanging minsang nagbigay buhay,
ngayo'y hindi na madamang tunay
at alingasaw ng kapaligiran,
hindi na mawari ang kinahinatnan

Ano nga ba ang silbi nito,
ng mga taong pinaglaanan ng isang hiram?
ang bawat hampas ng alon ay sigaw,
ang init na dulot ay hikbi,
ang yanig ng daigdig ay nagsusumigaw na labi.

"Pundasyon"

Tunay ngang matatamasa ang mabisa
at ang paunti-unting pinaghihirapang kahusayan
dugo't pawis ang sakripisyo,
pagsuko'y walang lugar o espasyo

Walang silbi ang pisikal na anyo o materyal na bagay
sa kaalamang ang puso mo lamang ang nagtataglay
karangyaan ay tila buhanging maaanod nang tuluyan
hindi ang bakas ng pinagtagpi-tagping kalinangan

Balutin ang sarili ng pwersa ng edukasyon
ang gabay at susi sa bawat destinasyon
ang mistulang pundasyon
ng karakter mong hinulma ng panahon

Kinabukasa'y baguhin ng matatag na isipan
ito lamang ang tanging daan,
Hindi sukatan ng pagkatao o sino man
ngunit mainam na sandata na sa laban.

"Madaya"

Ang daya mo pagkat sinanay mo ako.
Sa hindi mabilang na tala,
bakit ang iyong mata'y sa aking kinang tumingala?
Ang ihip ng hangin,
ang haplos ko'y iyong inangkin.
Mga palad mong sa akin tumugma,
ngunit puso mo'y matagal nang kumawala.

"Umpisa"

Kung ang pahapyaw
na pangungusap
ng bawat pahina
ay puno ng saya,
sana palagi na lang umpisa.

"Sana'y Pumanig"

Ang daya ng mundo,

wasak na nga'y dinudurog ka pa nito.

Patuloy mang kinakaya'y nais rin ng pahinga,

iisa lamang ang puso ko't walang reserba.

Ang hirap maging masaya, ipinagkakait, kahit katiting na pag-asa.

Kailan ma'y hindi humiling nang sobra,

ngunit ang meron ako, na hindi pa sapat sa 'kulang', ay paubos na sa sukdulan.

Ang daya ng mundong hindi panig sa'yo.

"Bitaw"

Hindi pa rin ako makawala sa tanikala
Na nabuo sa unti-unti mong pagkawala
Sapat nga bang hindi ka mahalin
Upang ang hapdi'y hindi na muling damhin?
Hayaan mo lamang ang aking pagtangan
kahit ako'y wala na ngang makakapitan.

Hayaan mong kusang lumuwag ang hawak,
ng mga kamay kong tila napagod ka nang hagkan.
Tunay ngang ala-ala na lamang,
ang bakas na iyong iniwan.
Ang paulit-ulit na tatatak,
sa mapagpanggap kong isipan.

Ang dilim na babalot sa mga umagang magdadaan
at ang bagyo sa tag-araw na minsan lamang maranasan.
Handa na akong harapin ang kinabukasan,
Hindi man kamay ko ang iyong hawak.

Kaya't ang puso ko'y unti-unti mo na ring bitawan,
sapagkat nais ko na rin na ito'y muling mahagkan.

"Paglisan Sa Dilim"

Batid kong sa sandaling mapagod ang iyong puso,
ay mapapawi na rin ang bugso
—ng pagmamahal mong ni minsa'y hindi mabatid at dala'y siphayo.

Ako na minsang nagbigay liwanag ay kusang lilimlim
at sa bawat pagkurap mo'y iyong nanaising hanapin.
Wala na ako sa iyong dilim,

Nakalaya na't isip ko'y handa nang sundin.
Kung pagbitaw ng puso ang tanging paraan,
huwag kang magtangka na ako'y hagkan.

"Sa Iyong Piling"

Ang mga bisig na nagsilbing tahanan,

ang higpit ng kapit na hindi kinilala ang lamlam.

Kasabay ng paparating na ulan,

ang pagtampisaw ang tanging naging paraan.

Ikaw ang araw na paparating,

ang buwang sa gabi ay sumasabay sa pagtulog kong mahimbing.

Ang yakap sa aking paggising.

"Bakas Ng Katotohanan"

Ako ang alon na hindi maabot ng mga paa mong
nakahinto sa dalampasigan
Ang sikat ng araw na pilit mong tinatakbuhan,
ang buhanging sa haplos mo lamang makakamtan

Ikaw ang kabuoan ng kagandahan at kapayapaan
—na sa mga mata mo lang natagpuan
at ako ang iyong kanlungan,
ang papawi ng pangamba sa tuwina
mababakas na ito,
tayo ang totoo,
sapagkat nandito ka na.

"Hindi Na"

Ang hindi mo pagpili, ang hindi paglingon,

dinig man ang hikbi at luha man ay hirap nang mapawi.

Ang iyong paglayo nang paunti-unti,

ang bakas ng mga hakbang na imposibleng sa akin pa ay lumapit.

Huwag nang sumulyap at 'di na rin babalik.

"Sa Hindi Mo Na Mababalikan"

Naroon lamang ako sa lugar kung saan mo ako iniwan.

Ang tagpuan ng mga bituin at ng buwan,

ng mga ala-alang nagdaan at pagkakataong nais kong balikan

upang muling may maramdaman.

"Sa Aking Pahina"

Ang sumulat ukol sa paksang paulit-ulit mang ilagay sa mga pahina ng aklat,

alay sa iyo na pagmamahal lamang ang nais ilimbag.

Sa magulong mga letra, bawat kuwit at tuldok na iginuhit ng pluma,

ika'y nanatili upang magbasa.

Magpatuloy ka.

"Pilit"

Ang pagdating ng gabi ay sadyang nakakasabik,
paligid ay tahimik at tanging liwanag ng mga bituin
ang maaaninag na nagbigay daan upang ang paghikbi
lamang ang marinig,
binalot na nga ang puso ng lamig at sakit,
na hindi pagdating ng bukang liwayway ang lunas,
kaya't hindi mapapagod ang mga kamay sa pagpunas
ng mga luhang naalpas.

Ang gabing walang pagpapanggap,
ang repleksyong hindi na maaninagan ng sulyap,
ang paghiling na malunod na lamang sa panaginip
Sa pagkat bukas ay mumulat at ngingiting pilit.

"Ang Kahulugan"

Hindi naghangad ng sagot sa ilang palaisipan,

o naghanap ng melodiya sa mga lirikong hirap pa rin dugtungan,

hindi nag-abalang punan ang mga patlang na sinadyang talikdan

ngunit huwag sanang maisawalangbahala ang mga nilalaman.

"Sa'yo Mababakas"

Ikaw ang pahina na aking binubuklat,
kapag nagpahinga na ang pluma sa pagsulat.
Ikaw ang himig na aking pinapakinggan,
sa tuwing hirap na ang mga mata na ito'y buksan.
Ang realidad at hindi ang takas,
sa aking mata'y matutunton ang bakas.

"Salamin At Luha"

Pansin mo ba, ang repleksyon ng mga matang tila nalimutan nang ngumiti,

Hirap makita ang bakas ng kurbang naglaho na at hindi maipagkakaila.

Hindi makasabay sa mga labing pagod na rin magkunwari

kaya't luha na lamang ang kanyang kasapi.

"Sa Pag-Mulat"

Nakakamangha ang mga mata.

Ang layo na maaring matanaw,

ang lapit na maaaring sa paningin ay makapukaw.

Ang iba't ibang hugis, kurba at kulay na siyang nagbibigay buhay.

Ang tamis at pait na nagmarka,

ang lamlam at pungay na dala.

Kasabay man ng mga labi sa pag-ngiti

o napag-iwanan na ng ningning,

iisa pa rin ang layunin.

Na sa muling pagmulat ay hindi na sakit at init ng pagdaloy ng luha ang hatid,

kundi ang kasiyahang minsang nawaglit.

"Naglahong Salita"

Ito na lamang ba ang dapat kapitan
kapalit ng mga gawi na hirap panindigan.
Pilit mang burahin ngunit nagmarka na sa isipan.
Mga salita na lamang ba ang pangsangga,
sa katotohanang malayo ka na.

"Walang Babalikan"

Ang ilang ulit mong paglisan,
at ang pagbabalik na walang kasiguraduhan.

"Lumisan, Noong Iniwan"

Sana paniwalaan mo ako noong sinabi kong mas mahal kita.

Hindi mo man makita, ngunit ang puso ko'y hindi manhid at siyang nakadarama.

Sana naniwala ka noong sinabi kong mas pinahalagahan kita.

Ang iyong tratong sumasayad na sa lupa at tila ayaw umusad,

ang pagsawalang bahala pagkat alam mong sa'yo ay mananatiling tapat.

Sana naniwala ka sa katotohanang ang aking paglisan ay siyang magsasalba sa atin.

Sa iyo, na hindi ako ang kailangan, at sa akin,

na tila nasira na ng sariling kanlungan.

Lumisan sapagkat ito rin ang iyong gusto,

minahal kita nang lubusan,

ang katotohanang palaging mapagtatanto.

"Kuwit"

Mayroong tulang malaya,
naghahanap ng tugma

May mga saknong na nakagapos
at nais ding kumawala

Ngunit kuwit lamang ang umalpas,
sa mga pahinang napupuno ng bantas.

"Pagbabalik"

Hihintayin ko ang kawangis ng dating tayo,
Ang kinasanayang kanlungan ko
—pagkat hindi na muling maibabalik ito.

"Narito"

Nandito lamang ako kahit hindi mo hanapin,

kahit hindi mo tawagin.

Kahit hindi mo lingunin

—dahil alam mong hindi ako aalis pagkat mahal kita nang labis.

"Kabiguan"

Ang bawat pananabik at galak ay minsang nagbunga ng pagdaramdam.

Ang ngiting buo ay minsang napulbos nang hindi mo nalalaman.

"Presensya"

Nasanay ka ba sa aking presensya?

Ang pagkumpas ng mga kamay kong handa kang abutin

—ikaw man ay dumistansya.

"Kawangis"

Ang imahe ko ang kawangis ng iyong kinasabikan at nagdaang pag-ibig.

Nasa pagitan ng mga kumawala at ang nais mong manatili sa iyong bisig.

"Atras"

Patungo sa'yo ay masyadong nasabik
Pero ang daang ito'y hindi na dapat ipilit
Ika'y tanaw ko't ayaw mawaglit
Ngunit turuan mo ako kung paano bumalik.

"Pahina"

Marahil ako'y napag-iwanan na kagaya ng mga librong hindi mo binasa

Mga tulang itinago pagkat hindi ako ang nais mong paksa

Mga pahinang naghihintay na lamang masira

sa sariling kalumaan at mga pangungusap na ako na lamang ang nakinabang

—pagkat ni minsan ay hindi napakinggan

"Badya At Ala-Ala"

Ang dilim ng kalangitan,
tila nagbabadya na ang ulan

Maghahanda na rin sa pagdating
ng mga ala-alang bumabalik, hindi malimot-limutan.
Ako ba ay lilisan na upang ang mga alaala ay
hindi na maramdaman pa.

Ang pagdampi ng malamig at mapait na patak
ang siyang tuluyang sa akin ay magtutulak.
Sisilong na lamang, upang mailigtas ang sarili
kahit sa ganitong paraan.

"Sa'yong Mga Labi"

Napakadaling sabihin ng iba
ang naiisip nilang mangyayari pa.
Ngunit hindi sapat ang kanilang dikta,
kapag ikaw ang nagsabing wala akong dapat ipagalala.

"Huwag Tayo"

Panibagong araw, panibagong pagkakataon na tumanaw.

Mga matang hindi na napagod na sumilay sa iyong ngiting

sa iba na nga ibibigay, ako pa ay napukaw.

Hindi pa ba ako nasanay? Pagkat ang puso mo, sa akin ay ayaw.

Ayaw kumapit sa mga kamay kong handa na sigurong bumitaw.

Ayaw lumapit sa loob kong matagal nang nag-paraya,

handa nang dumistansya at lumaya.

Ngunit bakit ibang parte sa aki'y naghihintay pa rin, malabong ako'y habulin,

baka madapa't sisihin ang tulin ng pag-alis kong hindi binigyang pansin.

Kaya't ito lang ang aking bilin, ang nakalaan lamang sa iyo ang habulin..

huwag ako, 'wag ikaw na hindi ko, kailan man makakapiling.

"Hindi Ka Kawalan"

Darating ang panahong
ang mga talatang nakalakip ay hindi na isisigaw ang ngalan mo.

Huhupa ang mga luha at ang pagsamo.
Hindi ka na hahanapin pa sa bawat hakbang
ng mga paang matagal mo nang iniwan.

Hindi na muling tatanaw sa mga ala-ala
at ang tanging kayang gawin ay ang pagtahan.

Noon pa ma'y kumawala na sa aking mga bisig,
wala mang himig, ang lakas ng sigaw ng pagbitaw ay aking dinig.

Marahil naghihintay ka na lamang ng takipsilim,
ngunit ako ang bituin—na sa iyong mga mata'y ordinaryo na lamang,

mababatid mo rin pagsapit ng kawalan.

"Pag-Lisan"

Sa'yong kanlungan ang nais kong balikan
Ang talulot ng mga bulaklak na minsang nasilayan,
Naglaho na lamang, ang payapang tahanan
Sambit ko pa rin ang iyong ngalan

Ako'y iyong minahal, hindi ba?
Ngunit hindi kasing lalim, na aking naiisip sa tuwina
Narito ka pa rin at mananatili
Sa puso ko, ngunit hindi na sa aking piling.

Mga daang hindi mo ninais tawirin,
Mga linyang hindi mo tinahak para sa akin
Ngunit ito ako't handa ka pa rin sagipin
Lumangoy palapit sa'yo gaano man kalalim

Ang pagod na mga mata at bisig
Ang pagsuko na hindi ko ni minsang inisip
Ngunit ang mga salita mo'y namutawi

Tulungan mong ang luha ko'y mapawi.

Hindi pa rin ako makawala sa tanikala
Na nabuo sa unit-unti mong pagkawala
Sapat nga bang hindi ka mahalin
Upang ang hapdi'y hindi na muling damhin?

Hayaan mo lamang ang aking pagtangan
Kahit ako'y wala na ngang makakapitan
Hayaan mong kusang lumuwag ang hawak
Ng mga kamay kong tila napagod ka nang hagkan

"Sabay Sa Iyong Pag-Bitaw"

Tunay ngang ala-ala na lamang, ang bakas na iyong iniwan

Ang paulit-ulit na tatatak , sa mapagpanggap kong isipan

Ang dilim na babalot sa mga umagang magdadaan

At ang bagyo sa tag-araw na minsan lamang maranasan.

Handa na akong harapin ang kinabukasan,

Hindi man kamay ko ang iyong hawak

Kaya't ang puso ko'y unti-unti mo na ring bitawan

Sapagkat nais ko na rin na ito'y muling mahagkan.

"Ang Pag-Limot"

Ang sambit mo noo'y panatag na damdamin,
pusong tuwiran at mga matang sa aki'y hindi lilisan.

Ngunit mga salita'y naisulat, gamit ang tintang nabura na lamang ng panahon,
oras na ipinaglaban ngunit binawi mo at itinapon.

"Tangay Ang Puso"

Siguro kasabay ng lamig ng hanging bumabalot sa mga bisig

ay ang pagdalaw ng mga gabing ninais nang limutin at takbuhan.

Panatag na isipan ay hindi na nga siguro makakamtan,

sa pagkat ang lalim ng sugat ay higit pa sa kasukdulan.

Ang langit ang saksi, ang bituin ang pag-asang magkubli,

ng tubig na hindi mapawi, sa mga mata ko'y namalagi.

Lumisan ka, ngunit nag-iwan ng marka,

sana'y pati pighati ay tinangay na.

"Silong"

Ang nagpapakalma ng puso, ang panyo.
Ang kuwit ngunit hindi ang tuldok.
Isa kang tahanan ng tamang tao,
hindi silungan ng nais lamang tumakbo
pagkatapos pahupain ang bagyo.

"Siguro, Sigurado"

Siguro isang araw magigising na lamang ako sa mga salitang "magaan na".

Siguro mababatid din na kaya ganoon kadali ang pagbitaw,

sa pagkat noong umpisa ay hindi rin ganoon kahigpit ang iyong pagkapit.

Siguro, wala ng mga gabi na pagpikit na lang ang tanging sagot sa hapdi,

siguro may lakas na rin akong harapin ang mga susunod na araw,

na may "sapat ka" sa aking mga labi.

Siguro hindi na lang "minsan" ang payapang darating, kundi "palagi".

Siguro bukas huhupa rin ang sakit,

baka mawawala rin ang bigat.

Magkakaroon ng sagot ang mga tanong,

hindi na muling ibababa ang tingin sa sarili

at ang mga bagay ay hindi na bibigyan pa ng rason.

Ang gabi ay hindi na mapupuno ng tahimik na pagtangis,

Siguro bukas, higit pa ako sa labis.

Siguro, hindi na magkukubli, hindi na babalutin ng lamig at pangungulila

ang mapagpanggap kong ngiti.

Siguro sa susunod na paggising ay hindi na manlulumo

sa pagka't nakakausad na kawala sa siphayo.

'Siguro', kagaya ng palaging nakakabit sa ngalan ko.

'Siguro', kagaya ng linyang naghahati mula sa akin papunta sa'yo,

kaya't natutunan ko nang piliin ang sarili ko.

Siguro, pagtagal, hindi na lang ako "siguro"

Isa na akong 'sigurado'.

"Pahapyaw"

Tila kumawala ang iyong mga bisig
at kusa na itong bumitaw.
Napagod na rin siguro ang puso kong maghintay,
ng pagbabagong malabong matanaw,
Ang pagbabalik mong tila pahapyaw,
Saan patungo? saan pa ba ang aking lugar?

Kung ang dating ako ang tatanungin,
ikaw pa rin ang pipiliin,
ngunit ang susunod na mga pahina ay buo
at hindi isa pang tandang pananong
o patlang na mula sa'yong gawi ang magpupuno.

Isang buong talata ang aking puso,
hindi kahalintulad ng kuwit, ito'y nagtatapos sa tuldok.

"Darating Din"

Siguro ihihilig ko ang aking ulo
at magpapahinga sa musika ng ihip ng hangin
o ipipikit ang mga mata hanggang sa aking paggising
o titingin na lang sa kalangitan
at tuloy pa rin ang paghiling.

Siguro hindi ito ang pahingang nais ng pusong maangkin,
higit sa buntong hininga o boses na taimtim,
ito muna, sapagkat daan patungong kanlungan ay darating din.

"Pluma At Pahina Ng Nag-Salba"

Nahawakan muli ang plumang matagal napahinga,

sambit niya'y tuloy ang talata.

Ang impit sa ragasa ay hawak ng may akda,

pahina'y matatagpuan ng liban

sa makitid na pangungusap at mga patlang na sinubukang punan.

Lingapin ang puso, pagsapit

sa kanlungan.

"Bulabog"

Sa pagbulabog ng mga pusong huwad magmahal,
Sa mga kamay na inakalang saya ang dulot,
Pumikit ka't damdamin ang lamig at mga luhang bumuhos
Sabi nila'y maling panahon lamang
Ngunit ika'y nariyan, tahimik at huwaran
Hindi ka labis, hindi kulang

"Pag-Dating"

Dumating ka, at ang aking puso ay ginising ng iyong ngiti,

Ngunit paano ko mapapaniwala ang sarili,

Na nararapat bigyang pagkakataon ang pag-ibig

Na matagal nang umalis sa aking mga bisig?

"Hindi Na"

Hindi ka na hahanapin pa sa mga daang tatahakin ng aking mga paa,

Sa langit na minsang pinagmasdan nating dalawa,

Sa mga aklat na ang mga nilalaman ay hindi mo binasa,

Sa mga umaga na iyong pinalampas upang ako ay makapiling pa,

At sa mga gabi na tanging panaginip ang nagdurugtong sa ating dalawa.

Hindi mo na ako matatanaw, dahil ang mga kamay ko

ay pag-kapit nang mahigpit ang sandata,

Ngunit pagbitaw at pag-limot ang sagot mo, hindi ako reserba.

"Pag-Sugal"

Dito ka lang sa aking piling,

hawakan mo ako at ilibot sa mapaglarong mundo

Ang nais ay banayad na pag-ibig, luntiang paligid,

ipinakita mong may pag-asa pa pala ang pusong matagal nahimbing

Rosas ay pumalit sa mga tuyong dahon na nagkalat,

sabi ko noo'y walang darating upang tulungan akong mag-simula ng bagong talata

Ilang gabi ang nagdaan, siguro hahayaan ko na lang na muling maligaw,

Larawan mo sa akin, inukit ng mga salita

Luha ay naglaho, pagdaing ay natapos na rin indahin,

kahit na manatili ang linyang naghahati sa ating dalawa,

Ewan ko nga ba, takot ang pusong sumugal, ngunit pagtaya ay hindi na iisipin pa

"Labing-Pito"

Ilang ulit kong tinanong sa aking sarili, handa na nga ba ako?

Sa pagkat ilang ulit ko ring ililigtas ang aking puso pag nasawi muli.

Pag-bilang ay kadikit na ng aking ngalan, hindi sigurado sa paghakbang

Masyadong malalim, hindi ko na rin tanaw kung nasaan.

Isa, dalawa, tatlo, umabot na rin ng labing pito,

kasunod ang ngalan mo.

Hanggang dito na lamang siguro.

"Busilak"

Akala ko noon, ang pagbibigay ng liwanag sa mga tao na mula sa aking puso,

kapalit ay pagsintang minsan ko ring ninais makamtan,

ngunit tila delubyo, walang kapantay na bagyo ang dulot nito.

Doon ko napagtanto, hindi sapat ang busilak na puso, sa mga mapaglarong tao,

Hindi sapat ang pagmamahal ng tapat, sa mga taong hindi patas lumaban

Ngunit ikaw ay manatili sa iyong katayuan,

malinis at walang pinagsisisihan.

Ikaw ay iba, ito ang pinanghahawakan nang kusa

"Makakaya"

Alam kong tuwing gabi ay nagigising ka rin sa pagtangis ng iyong puso.

Magulo, nakaklito, nakakapagod, nakakaiyak, tama?

Kumalma ay minsang wala na rin sa pamimiliang gawin, ngunit hindi ba ito ang nais,

Ang katahimikan, ang klarong patutunguhan, ang kapayapaan

Mararating din, makakaya rin, malalampasan din siguro.

"Tagu-Taguan"

Hinanap kita noon, sa likod ng mga ulap,

sa nagniningning na mga tala, sa maliwanag na buwan.

Hinanap kita ngunit ninais mo akong taguan

Naiintindihan ko na ngayon, sa pagkat hindi ako ang iyong tinakbuhan,

Kundi ang sarili mong hindi mo kayang harapin

Ang sarili mong madalas mong piliin,

Ang isantabi ako ay hindi na bago sa akin,

Ngunit sana sa pagkakataong ito ay tapang ay pairalin,

Hindi na kita matataya pa, sa pagkat hindi ka na magpapakita,

Ngunit isa lang ang sigurado, hindi na ako tataya pa sa'yo.

"Multo"

Hindi matanggap ang kanilang dahas na ginawa,

Kaya pagbaliktad ng kwento ang tanging kinapitan ng kanilang puso,

Bakit nga ba takot ang mga ito sa sariling multo?

Sa pagbalik ng mga bagay, alam nilang sila ay dehado

Mag-ingat sa mga taong buhay pa ay mayroon ng multo.

"Simula"

Imisin ang pinaghigaan,

Maghilamos ng tubig na may katamtamang lamig,

Ihanda ang paboritong timpla ng kape,

Kumain ng almusal

Magbasa ng librong matagal mo nang nais buksan,

Kumanta nang pabulong, o sumayaw sa musika na hindi na mawari ang ingay

Sumulat ng tula, mangarap, tumingin sa kanan at kaliwa,

Ipikit ang mata, at sabihin sa sarili,

Ito ang simula.

"Pagpapanggap"

Dilim ang naging sandigan, kasabay ng pagkapit sa katahimikan

Akin na ring nagamay ang pagtangis nang walang bakas ng lungkot sa mga mukha,

Ngingiti na parang ang sugat ay hindi nagbadya

Nagpanggap ang pusong nais kumawala

Ngunit pinaniwalaan ng mga taong hindi nakabasa

"Pag-Tapon"

Hindi mo ako ninais noong una, ngunit ako lang din ang iyong nakita

Pinilit manatili sa mga bisig mong huwad ang pagmamahal

Ginamit na panyo upang mga luhang hindi ako ang dahilan ay tuluyang matuyo

Pinilit mang mahalin ang gaya ko, ngunit anong mararating ng pag-ibig na nagsimula sa pilit?

Masasagot ko, sa pagkat ipinakita mo kung paano

Kung paanong ganoon kadali ang lumisan kapag hindi na ako ang kailangan.

"Pag-Bura"

Akala ko iba ka, sa mga pahinang aking nabasa

Ngunit gaya ng mga talatang nagpaluha sa akin,

Binigyan mo ako ng rason upang hindi magpatuloy sa pag-basa

"Hindi ako tulad ng iba" sambit mo,

Tama, sa pagkat ikaw ay hindi nararapat mabilang sa libro.

"Narito"

Sa ilalim ng mga bituin ko nahanap ang kasagutan,
Sa mga tanong na hindi na pinakinggan
Sa ilaw ng buwan ko napagtanto ang aking halaga,
Ibinulong ng hangin kung saan ako dapat magpunta
At itinuro ng langit ang puso na aking dala
Naririto lamang pala, hindi na ako pipikit pa

"Lalim"

Tila nabighani sila sa kinang ng aking mga ngiti,

Ngunit hindi sapat upang sumisid sa lalim ng aking puso

Tila natuwa sila sa marikit kong mga mata, salamin ng saya at pag-asa

Ngunit hindi sapat upang kilalanin at samahan,

sa pagtahak ng mga daan kaya't napirmi sa tanikala

Hangad ko ay malinis na intensyon, pag-mamahal na walang tensyon

Payapa at ligtas sa mga kamay ng nais kumatok sa pintong matagal ko ring isinara

"Liham"

Sa mga pahina ko ikukubli, ang pagkasawi, ang bugso ng damdamin

Na hindi ko na muling ipapakita sa mga taong nakapaligid sa akin

Doon ko na lamang ipapabatid ang aking pagtangis, upang walang makarinig

At tanging pag-basa na lamang ang paraan ng pag-intindi

Hindi na mula sa mga labi mamumutawi,

Mata ang gagamitin ng nakararami

"Ugong"

Higit na umugong ang musika,
ngalan mo'y naglahong bigla
bawat guhit sa palad na minsang binalot ng tanikala,
sabi mo'y pagkabigo ay hindi bubunga,
ngunit salita'y kasama mong nabura.
Higit na umugong ang musika, hindi na nga pala

"Patawad"

Pasensya ka na, ilang tala na rin ang aking nabilang,
ilang gabi ang tinalikuran,
upang sa pagdating ng umaga'y aliwalas nito'y
mapagmasdan.

Pasensya ka na, kung mga mata mo'y hindi ko
nagawang tingnan,
puso ko'y takot sa sukdulan, hindi man dalawin ng
nakaraan,
hindi nito matinag ang kawalan,

kaya't hindi na muling susugal.

Dito lang ako, upang manahan

"Yanig"

Tila nayanig ang mahuna mong pagsinta
Hindi na ba nito kinaya?
Mahuna at sira-sira, ang nakakubli,
 sa mga ngiti mong natatangi.

Hindi mo kailangang mamili,
ang puso mo'y nanirahan na sa napakarami.
Ang akin ay walang kapares,
kaya't lumisan na rin ako't isinalba ang aking sarili,
matapos mong iwan at ang pagbabalik ay hindi na namutawi.

"Maari Ba?"

Maari ka bang humilig saglit?
Isantabi ang mga sugat na sinapit
Damhin ang katahimikan, ng saradong mga labi
Maari ka bang humiling?
Na sa akin ay iyong matagpuan, higit sa obra o sining,
Ito ang panalangin.

"Nagbago"

Naroon ako noong ibaling mo sa iba ang iyong mga mata,
Noong sinabi mo rin sa kanya kung gaano ka kasaya,
Noong ngalan niya na ang madalas mamutawi,
at hindi na ang mga kwento kong likha.

Aking pinakinggan kung paano nagbago ang pintig ng iyong puso,
Hanggang sa katahimikan na lamang ang sagot mo, tuwing sa akin ka patungo.

"Sa Panulat"

Sa tulang malaya ko natagpuan, ang bawat pagtangis sa mga liham,

Sa mga linyang ito, namalagi ang mga letrang hindi hiram

Sa pag-buklat ng pahina, naramdaman ang pait na matagal ininda

Mula umpisa, akin pa ring tatapusin ang pagbabasa.

"Tapang"

Sa sinapit ng naliligaw na mga paa,
Doon sa rurok ng pag-asa
Hindi naghanap ng sagot sa mundong mapangalipusta
Sa akin hindi na liliban ang mga bagay na minsang nakuha

Tanging sagot ay ang pintig ng pusong, pinatahimik nila
Ngunit ngayon ay sisigaw, hindi na kukubli pa

"Hindi Ako"

Isang kaway, isang tungo,
Lumapit ka't sa tabi ko piniling umupo
Nagtanong kung saan ako patungo,
Sumulyap saglit at sa iyong ngiti hindi nabigo

Tahimik lang tayo, ngunit alam kong dinig mo ang mga puso,
Ang tapang ko'y tuluyang nagpatalo
Sapat nang kalapit kita, kahit sigaw ay hindi ako.

"Pabalik"

Sa bughaw na kalangitan,
inukit ang memorya na sa akin lang inilaan,
Maging ang pait at dungis ng nakaraan, hindi mo pinaliban

Anong pakiramdam nang makamit ang saya?
ngunit puso ko'y winasak mong sadya.

Ang ulan ay pumanig sa akin,
ngunit bagyo ang dala sa'yo kapalit ng pagtangis
Umaga'y nauna sa'yong kumampay
ngunit huling sinag ay patungo sa akin.

"Bakas"

Kung ako ay iyong isusulat, sana hawakan mong mahigpit ang pluma

Huwag kang pipikit, puso ay ikalma,

Ako ay tulad ng malumanay na musika,

Kusang dadaloy sa iyong memorya

Bawat linya o kataga

Iuukit nang may pagmamahal, hindi mawawala

Paisa-isang kurba, sundan ang mga tuldok,

na nagdurugtong sa puso ng isa't isa.

"Kundiman"

Gaya ng nakakalulang mga salita na nilapatan ng musika,
Ang pagsasalin ay naging payapa,
Sa piling mo, narating ang dulo ng kanta
Na paulit-ulit nang umuugong ang melodiya

Sa haplos mo, nalunod na nga,
At hindi mapapagod sa pakikinig sa tuwina
Himig mo'y mananatili
Ilang hakbang man ang layo,
o nakapaloob sa aking bisig,
Ako ay sa'yo.

"Gunita"

Sa pagsapit ng takip silim, dumalo ang mga ala-ala

Sa pagpupulong na naipabatid ng puso kong nangungulila

Binati nila ako't kinamusta ngunit katahimikan ang aking dala

Sabi ko na nga ba, hindi pa ako handa

Na harapin ang katotohanan, na ang mga nakasanayan ay nagbago na nga

Sa pagsapit ng takip silim, doon ko napagtanto

Ang pagbaling ng aking isipan sa iba, hindi kasiguraduhan ang dala

Na ang mga naiwan ay sa kawalan lang din mabubura

Sa susunod na pagsapit mo, sana tulungan mo ako,

Hindi mapawi ang sakit, kundi matanggap na mayroong mabuting kapalit.

"Bughaw"

Ito na ang aking paborito,
Hindi pula na akala ko'y makakaya ang ragasa
Hindi na dilaw, na pagkalito ang dala
Hindi na luntian na minahal lang ako sa umpisa
O lilak na ibinulong ang pahiwatig ngunit naglaho na

Sa bughaw ko natagpuan, ang marahan at payapa,
Tila lumulutang at walang pangamba,
Hindi nagaalinlangan o pumupuna
Hindi nagtatanong, "ano na nga ba?"

Gusto ko ang bughaw, sigurado
Hindi ako kinukulong sa katanungang "mahal pa ba ako?"
Gusto ko ang bughaw, hindi ako nilisan,
Ang kulay sa akin nagbigay buhay at linang.

"Kinaiya"

Matabunan man ng daan-daang tipak ng bato,

Malunod man sa mga alon kung saan paghinga ay pinagkaitan ako

Iginapos man ng makapal na lubid, at itinapon sa kabilang dako

Ilan lamang ito sa nagbigay ng espasyo

Upang puso ay tumatag, isip at maging panatag

Hindi ko maiwasan ang magtanong,

ito nga ba ang aking dapat sapitin?

Ngunit mga sagot ay makakamit din,

Bukas, sa susunod na araw o mga taon

Lilisan din ako ngunit sagot ay babaunin.

"Pagpapatuloy"

Hindi ko na nanaisin pa na bumalik sa dati,
Tuwing salamin ang kaharap ay binibigyan nitong diin,
Na ang repleksyon ko rin ay nagpapahiwatig,
Ako ay minsang naging mahina, at nagmahal.

Ang mga taong pumalibot sa akin at lumisan,
Ang mga nagsabing mahal ako ngunit palaging liban
At nag iiwan ng patlang.

Hindi na ako babalik sa pagkalugmok, na ginawa ko ring tahanan
Naglakad palayo at hindi na lilingon pa,
Hindi na ako ang dati na labis ang pagsinta
Natuto na sa laro ng mga nakasama
Hayaan mong masugatan at makamit ang dulo ng pahina

"Silakbo"

Tanging pagtangis ang aking narinig,

walang hangin ang pumigil sa akin upang sundan ang mga bakas,

Hindi ko na siya ikukulong sa aking piling

Ang umaga ay sasapit din

Niyakap ko ang aking sarili, bisig ko'y nakaramdam din ng hapdi

Sa bigat ng aking mga dinala, hindi umimik ang saradong mga labi

Saan ko nga ba narinig ay pag-iyak?

Tama, sa puso na kailan man ay hindi naging sapat

Alam kong hindi ka maniniwala, ito kasi ang ipinaramdam sa tuwina

Ngunit makikinig ako, sa'yo na nagsabing higit ako sa paningin ng madla

"Kumusta?"

Kumusta? Hingang malalim muna.

Ipikit ang iyong mga mata at sabihin sa sarili na kaya mo pa.

Lagi naman hindi ba? Tama. Hindi mo dapat nararanasan ang malugmok at masaktan.

Ngunit ang proseso ay hindi mabilisan, ang lahat ng mabubuting mga bagay na nakalaan.

Tama, sa'yo ito tutungo, kaunting hintay lang.

Sa ngayon, magdiwang ka sa layo ng narating ng iyong mga paa.

Hindi man tanaw ang hinaharap,

magkasama tayong titingala at magsasabing, nakaya ko pa.

"Labis"

Labis nga sabi nila, labis magmahal, magbigay
Higit pa sa hiniling, kaya't kapag nagkasugat
ay hindi rin tanaw ang lalim
Paano nga ba mapipigil ang banayad na puso
na ipakita ang kulay nito,
Tila takot ang nakararami, sa lawak ng sakop na dala
Nakakatakot bang malunod, hindi lamang sa mga salita,
kundi sa totoong pag-sinta?

"Buklat"

Napagtanto ko na ninais mo lamang ang kapayapaan
na minsang natagpuan mo sa anyo ko,
Hindi pagmamahal na minsang tinawag mo.

Napagtanto ko na tanging pagpahid sa mga luha mo ang naging kabanata ko sa iyo

Kaya't noong tumahan ka, nilisan mo na ang ating libro.

"Sa Dati"

Nakasanayan ko nang hayaang balutin ng lumbay ang aking mga gabi

Mga bituin na tanaw ang pagtangis ,

at ang hangin na hindi nagsawang makinig sa akin

Isinayaw ako sa aking sariling panaginip

Realidad ko'y hindi pa rin sa akin napanig

Ngunit isang gabi lamang ito, sa napakarami

Isang pagtulog, at bukas ay babalik naman sa dati

"Sa Nakatakda"

Hindi na nagpahuli, sa akin din pala babagsak ang mga tala sa gabi

Mga kasagutan ay hindi na tulad ng mga nagbuhol na lubid

Malaya, magaan, katagang hindi na mawala sa isip

Mga pangungusap, at mga talata ay sigurado ng sipi

Hindi na lihim, ang pagkabuhay ng aking puso, at pag-uwi sa sariling bisig

"Ang Naiwan"

Tinuruan mo akong lumangoy, sa sariling mga alon

Hindi nagtanong kung ako ba ay sasagipin o sa limot ay ibabaon

Mga kamay mo ay hinayaan, hindi mo na ako kailangan pang hagkan

Kung ang pagsagip sa iyong sariling puso ang magiging sagot sa aking mga katanungan

Hindi mo na nga ako mahal.

"Bakit Ikaw"

Huwag mo na lamang akong gisingin,

kung sa pagtulog ay hindi mararanasan ang delubyong dala ng mundo

Huwang mong salagin ang mga batong dala,

kung sa pagkawasak ko rin, ikaw ay sasaya

Kakabit ng guhit sa aking mga palad ang pighati,

ngunit bakit puso ko ay ikaw ang pinipili

"Ikot"

Bawat pahina na sumugat sa mga palad,

Nag-iwan ng markang hindi na mabubura,

Iyong tandaan ang ngalan nila

Sa pagkat ang puso ay hindi makakalimot,

Kahit ibaling ang isip sa iba, ang mundo ay naikot

Hindi mo kailangan magdusa, sa mga bagay na hindi ikaw ang nag-umpisa

Huminga kang malalim, iyong sabihin, kasabay ang pagtingala:

"Ang puso ko'y banayad, maghihintay ako ng gantimpala"

"Upos"

Maaari naman sigurong huwag munang kumilos,

Halika at umupo sa tabi ko, kilalanin mo akong lubos

Baka kasi mayroon din akong maitutulong upang malinis na ang upos,

Ang natitirang bigat sa iyong puso

Bawat kwento na iyong itinago,

Huwag kang matakot na marinig ko ito

"Kabilang Dako"

Siguro nga ay masaya kang nakilala mo ako,
Sa kakaunting panahon na ako'y binulabog,
Siguro nga isa ka sa mga rason
Kung bakit ang puso ko ay higit nang lalayo
Masaya kang naging parte ako ng puso mo,
Ngunit paano ko sasabihing, sana hindi na lang ako
Bagama't isa kang aral na napako
ikaw ang daang hindi ko na uulitin pang tahakin,
makarating lang ako sa kabilang dako.

"Mahalaga"

Sana sa susunod na marinig ko ang "mahal kita"

Hindi lamang ito dala ng lungkot, o takot na ikaw ay mapag-isa

'Yung walang duda, sigurado sa lahat at walang depensa

'Yung magpapakalma sa pusong matagal nangulila

"Mahal kita, mahalaga ka."

"Musmos"

Hindi ko naisip, ganito pala ang mundo

Habang nadagdagan ang aking edad,

lalong luminaw ang pagkawasak

Mula sa mga hikbi nang ako ay isilang,

unti unting humina ang pagtangis, pagluha ay hindi na mabilang

Tumindig ako, kahit nais piliin ang pag-gapang,

Pagod na rin at ninais minsang lumisan

Sa lugar na ginagalawan, hindi mahanap ang sarili at ito nga ay liban

Ang unang hakbang, hindi na maalala

ngunit ang pagkamusmos ay nasa loob ko pa.

"Ang Bunga"

Siguro ang pagkupas ng ngiti mo sa akin,
ay katumbas ng pag ngiti sa akin ng daigdig
Ang pagkawala ng pagmamahal mo,
katumbas ay pagdating ng pagpapahalaga sa aking sarili
Ang mga sagot na hindi mo ibinigay,
ay ibinigay ng mga gabi na aking nakapiling
Ang pagtaliwas ng iyong kilos sa mga salita,
ay naghandog sa akin ng linaw, at sa akin ay gumising

"Sasapat"

Mga patlang, kuwit at tandang pananong,

batid kong isinabuhay ito ng pagmamahal mo

Kaya't kung ako ang tatanungin, hindi na hihiling ng kagaya nito

Magiging matapang na ulit akong maghangad ng sa akin ay nararapat

Tuldok, iyan na lamang ang aking hahagkan, kung saan ako ay sapat.

"Isa Pa?"

Subukan pa natin ulit,
Bumangon at mangarap
Tanawin ang umaga,
Maghanap ng pag-asa
Pahiran ang mga luha

Subukan pa natin?
Imulat ang mga mata
Itono ang gitara,
Ng puso mo,
Papunta sa hindi pa natutuklasan
O sa mga bagay na matagal
nang sa puso mo ay nanirahan

"Buhos"

Sa pagpuno ng kulang,
Sa pag-salo mula sa pag-apaw
Hindi man alam kung saan lulugar,
Ibuhos mo ang pagmamahal.

"Palayo Sa Akin"

Takbong matulin,
Huwag kang hihinto
Huwag kang lilingon
Kumawala ka sa aking piling,
Ngunit hindi hahabol upang sagipin

Ituloy mo ang tinahak na daan,
Palayo sa akin
Wala kang dapat pagsisisi
Sa landas na iyong pinili,
Ngunit nakaukit din sa iyong puso,
Ako'y walang katulad
Walang kapalit.
Walang mahahanap,
At hindi ka na makakabalik.

"Kawala Sa Siphayo"

Ilang mga tula o kwento na nga ang nailimbag

Sa pagitan ng araw at gabi isinilang

Mga linyang nagkonekta sa atin

Bawat tuldok na kinatagpo ng akin,

Ang dulo ay ibinilin

Pag-asa man ay anurin,

Ito ay mapapasaatin

Sa pagbuhos ng ulan, kasabay ng pagpatak ng mga piyesa

Sa aking kaalaman, at sa pusong itinanim sa bawat eksena

Ang espasyong nabuo ay sining na iginuhit sa iyong mga mata

Halika at pairalin, ang tatag at tapang ng damdamin,

Kasama mo ako sa pagsulat ng yugto na sasalamin,

Sa pagkawala natin sa bawat siphayo, ngiti mo ay dadalhin.

About the Author

Bookandbear

Ang may-akda ay si Francheska Vera P. Barairo, o mas kilala bilang Bookandbear. Isa sa kanyang mga hilig ay ang pagsusulat at pagbabasa ng mga tula at kuwento. Ang kanyang mga karanasan at imahinasyon ay nagsilbing daan upang siya ay makapagbigay ng mga piyesang tumatatak sa puso ng kanyang mga mambabasa. Siya ay nakapaglimbag na rin ng iba pang mga aklat na naglalaman ng mga tula at prosa, gaya ng "Bleeding But Beating", "Afterglow (love & mending pieces)", at "Magkasintahan 2.0 Volume II".

www.ingramcontent.com/pod-product-compliance
Lightning Source LLC
LaVergne TN
LVHW041532070526
838199LV00046B/1632